யூனெஸ்கோ அங்கீகரிக்க
மறந்த உலக அதிசயம் நீ...!

கவிஞர் மா. பவுன்ராஜ்

நன்றி!

பேராசிரியர் பத்மஶ்ரீ சாலமன் பாப்பையா
சுவாமி வேதானந்த
சுவாமி அத்யாத்மானந்த
பேராசிரியர் தி. வெங்கடேசன்
பேராசிரியர் ந. விஜயசுந்தரி
பேராசிரியர் சு. முத்தையா
பேராசிரியர் கோ. பாலமுருகன்
பேராசிரியர் கு. இராமர்
பேராசிரியர் சீ. கிருஷ்ணமூர்த்தி
மற்றும்
நோஷன் பதிப்பகத்தின் புத்தக வெளியீட்டு
மேலாளர் திரு. ஜிவல் ஜான் ஆகியோர்க்கு
எனது நன்றியை உரித்தாக்குகிறேன்.
மேலும் இந்தக் கவிதைப் புத்தகத்திற்கான
படங்களைப் பதிவிறக்கம் செய்யப்
பயன்படுத்தப்பட்ட https://in.pinterest.com,
https://vivago.ai ஆகிய வலைத்தளங்களுக்கும்
மற்றும் இணையத்தின் பல்வேறு ஓவிய
மற்றும் கார்ட்டூன் ஆசிரியர்களுக்கும்
எனது மனமார்ந்த நன்றியைத் தெரிவித்துக்
கொள்கிறேன்.

அன்புடன்
மா. பவுன்ராஜ்
நூலாசிரியர்

அணிந்துரை

பத்மஸ்ரீ பேராசிரியர் சாலமன் பாப்பையா
பட்டிமன்ற சாம்ராஜ்யத்தின் முடிசூடா மன்னர்
புகழ் பெற்ற பட்டிமன்ற நடுவர்
இலக்கிய விளக்கவுரையாளர்
ஓய்வு பெற்ற தமிழ்ப் பேராசிரியர்
அமெரிக்கன் கல்லூரி
மதுரை- 625 002

"காதலினால் மானுடர்க்குக் கலவி உண்டாம்;
கலவியிலே மானுடர்க்குக் கவலை தீரும்;
காதலினால் மானுடர்க்குக் கவிதை
உண்டாம்;
கானமுண்டாம் சிற்ப முதற் கலைகள்
உண்டாம்;
ஆதலினால் காதல் செய்வீர் உலகத்தீரே"

என்று பாரதி, காதலின் மேன்மையைப் பெரிதுபடப் பேசியுள்ளார். அவர் கவிஞர்; ஆசைப்படலாம்; பேசலாம்; நம்மால் அது சாத்தியம் ஆகும் என்றா எண்ணுகிறீர்கள்? ஆகும் என்று கூறுபவர்கள் பழனி, தர்மபுரி, பாளையங்கோட்டை எனச் சில ஊர்களின் அண்மைக்காலச் சேதிகளைப் படித்திருந்தால் இப்படிக் கூறுவார்களா? என்பது சந்தேகமே!

சாதி, மதம் என்னும் இரட்டைத் தடுப்புச் சுவர்கள்; இவை மட்டுமல்ல; பொருளாதார ஏற்றத்தாழ்வு என்பது இன்று நேற்று அல்ல, 'நெடும் பண்டைக் காலம் முதல் நிகழ்ந்து வந்த தலம்' இது. 'மகட்பாற்காஞ்சி' என்ற ஒரு துறை புறநானூற்றில் பாடப் பெற்றதே இந்தப் பொருளாதாரத் தகுதியை, ஏற்றத்தாழ்வை நோக்கித்தான் என்பதைப் புறப்பாடல்களில் உள்ளம் பதிப்பவர் உணர்ந்து கொள்வர்.

தம்பி முனைவர் திரு. பவுன்ராஜ் அவர்கள் விலங்கியல் துறைப் பேராசிரியர். ஆங்கிலத்தில் மோகம் கொண்டு அதைப் பேசுவதிலேயே பெருமைப்பட்டுக் கொண்டிருப்பவர் இடையே தமிழைக் காதலித்துக் கவிதை உலகில் காலெடுத்து நடை போடுபவரைப் பாராட்டாமல் எப்படி?

தம்பி பவுன்ராஜ் அவர்களின் காதல், சொந்த ஊரில் விளைந்ததா? அல்லது பக்கத்து ஊரில் படர்ந்ததா? தெரியவில்லை.

"நீ வசிக்கும் ஊருக்கு
நான் வைத்திருக்கும்
செல்லப் பெயர்
ரதிதேவிபுரம்"

என்பதைப் படித்தால் பக்கத்து ஊர்ப் பெண் என்று தெரிகிறது. இவர் அவருடைய காதலியைக் கண்ட இடம் ஒரு கோயில். அது சாதிக்கோயிலா? ஊர்க் கோயிலா? அதுவும் தெரியவில்லை.

"தெய்வங்கள் எல்லாம்
கோவிலில்
ஐம்பொன் சிலைகள்

தரிசிக்க வந்த நீயோ
தங்கச் சிலை"

என்கிறார். பல தெய்வங்கள்; அதுவும் ஐம்பொன்னில் சிலைகள்! அப்படியானால் வசதியான பெரிய கோயிலாகத்தான் தெரிகிறது. தெய்வத்தைத் தரிசிக்கும் இடத்தில் இவர் விழிகளில் விழுந்த தெய்வம்...

"அமெரிக்கக் காங்கிரஸ் நூலகம்
ஆவணப்படுத்த மறந்த
அழகான கவிதைப் புத்தகம் நீ!"

அவருடைய காதலியை அவர் கண்ட காலம் இளவேனிற் காலமாக இருக்குமோ? அதனால் தான்,

"ஒரு அழகான
இளவேனில் காலத்தில்தான்
இவள் பிறந்திருக்க வேண்டும்
அதனால் தான் என்னவோ
இளவேனிற் காலங்கள்
அழகாக இருக்கின்றன"

என்று பாடுகிறார். சுருங்கச் சொல்வதென்றால்

"அழகின்
அருஞ்சொற்பொருள்
நீ!"

என்று கூறுகிறார்.
அழகின் அருஞ்சொற்பொருளில் புதைந்து போன அவருக்குக்

"காதல்,
மனம் என்னும்
மாயக் கிடங்கில் இருந்து
உற்பத்தியாகும்
ஓர் பேரின்ப ஊற்று"
"காதலே
உலகின்
சிறந்த பள்ளி.
சாதி- மத- இன -மொழி
வேற்றுமைகளைக் கலைத்து
நற்சமூகக் கட்டமைப்பை உருவாக்கும்
சிறப்புப் பாடங்களைக்
கற்றுத் தருவதோடு
மனிதனை மாமனிதனாக்கும்
காதலே...!
உலகின் சிறந்த பள்ளி!"

என்றெல்லாம் சிந்தனைப் பூக்கள் இவர் மனச்செடியில் மலர்கின்றன. அந்த வேகத்தில்

"உன் விழி வெப்பத்தில்
ஓசோன் படலமும்
உருக்குலைந்து போகும்"

என்கிறார். ஓசோன் படலம் உருக்குலைவது கெட்ட வெப்பத்தால் அல்லவா? "உருக்குலைந்து போனால் உலகு அழியுமே? உலகு அழிந்தால் காதலனுக்கு என்ன? காதலனை 'மஜ்னு' என்று சும்மாவா சொன்னார்கள்? ஆமாம், ஏதோ ஒரு வகையில் எல்லாக் காதலர்களும் மஜ்னுக்கள் தாமே! அவருடைய மனக் கற்பனை - இல்லை! இல்லை! ஆசையைப் பாருங்கள்

"எல்லோரையும் எதார்த்தமாய்
கண்களால் பார்ப்பாய்;
என்னை மட்டும் காதலால்
பார்த்துச் செல்வாய் நீ!"

பார்வை மட்டுந் தானா? சிரிக்கவும் செய்தாளாம். அப்படிச் சிரித்தபோது

"உரசினால் பற்றி எரியும்
என் மூங்கில் காட்டு மனசு
உன் சிரபுஞ்சிச் சிரிப்பில்
அணைந்தே போனது."

அணைந்து குளிர்ந்து கிடக்கும் கவிஞரின்
மனக்குரல் மனத்தில்
"வெள்ளரிப் பூவாட்டம்
வெளுத்த என் இள மனசில்
மஞ்சரிப் பெண்ணே! நீ
மல்லிகைச் சரம் போல
மலர்ந்து கிடக்கின்றாய்"

இவ்வாறு கவிஞரின் விழிகளில் வேதனை மிக்க நெஞ்சக் கிழியில் ஓவியமாகக் கிடந்த காதல் பூக்களைச் சொல்லாக்கி வார்த்தைச் சரம் தொடுக்கிறார். பல இடங்களில் அவருடைய சொற்கள் தேனில் ஊறிய பலாச்சுளையாய்த் தித்திக்கிறது. தித்திக்கும் போதே திகட்டவும் செய்கிறதே! ஏன்? அவரது காதல் அன்பை அல்ல; அழகை! ஆன்மாவை அல்ல; தேகத்தை நோக்கிப் பாய்கிறது. அதன் விளைவாகத் தேக மோகம் கொஞ்சம் அதிகமாகவே வெளிப்படுகிறது. அவள் எங்கேனும் உட்கார்ந்திருந்து எழுந்து போனால்

"நீ அமர்ந்து சென்ற இடத்தில்
நானும் அமர்ந்து கொள்கிறேன்"
என்கிறார். அவள் சுகத்தைப் பார்ப்பதைவிட அவளுடைய தேகத்தையே பார்க்கிறார்.

"பெண்ணே!
உன் மெல்லிடையைப் படைக்கும் போது
மூட்-அவுட்டில் இருந்த பிரம்மன்
மாங்கனிகள் இரண்டைப்
படைக்கும் போது மட்டும்
மன்மதப் போதையில்
மதி மயங்கிக் கிடந்தானோ?"

இது படைப்பின் மயக்கமா? கவிஞரின் மயக்கமா? கேட்கத் தோன்றுகிறதே.

நல்ல நல்ல தமிழ்ச் சொற்களைப் பயன்படுத்துவதைப் பாராட்டித்தான் ஆக வேண்டும். 'உயர் அழுத்த மின்சாரம்', 'புற ஊதாக்கதிர்கள்', 'புவி ஈர்ப்பு விசை', 'தன்னின உண்ணி'. நல்ல தமிழ்ச் சொற்கள் கிடைக்காத வரை, அவை புழக்கத்திற்கு வந்தாலும் நடைமுறையில் இல்லாத போது பிறமொழிச் சொற்களைப் பயன்படுத்துவதில் தவறில்லை. அப்படிப் பயன்படுத்துவதற்கு 'மருமக்கள் வழி மான்மியம்' என்னும் நூலில் கவிமணி ஐயா அவர்கள் தளம் போட்டுச் செல்கிறார். ஆனாலும் நம் கவிஞரின் படைப்பில் 'யுனெஸ்கோ', 'ஜீரோ வாட்ஸ்', 'இன்ஸ்டாகிராம்', 'ஐ-மிஸ்-யு', 'ஓசோன்', 'ஜோவியலாய்', 'ஸ்வரங்கள்', 'ரணங்கள்', 'பூஜை', 'மூட்-அவுட்', 'ஜெயித்து', 'ஹார்மோன்', 'ஆக்ஸிடோசின்', 'அட்ராசிட்டி', 'ஹைக்கூ', 'பொக்கிஷமாக', 'உட்பியா', 'சிம்பொனி', 'கார்பன் டேட்டிங்', 'ப்ரூட் ஷாப்பிங்', 'கன்னி பாலிசம்', 'அட்மயர்டு வாய்ஸ்', 'ஹஸ்கி வாய்ஸாக', 'மெலோடி' எனக் கொஞ்சம் அதிகமாகவே பிறமொழிச் சொற்களைக்

கையாளுகிறார். இது மணி பிரவாளத்தினும் கொடுமை! இதைத் தவிர்க்கலாம்.

திரைப்படத் தொடர்கள் கொஞ்சம் பயன்படுத்தப்படுகின்றன. 'நந்தவனத் தேர்', 'முதன்முதலாகப் பார்த்தபோது', 'மார்கழிப் பூவே', 'அடிச்சுக் கூடக் கேப்பாங்க அப்பவும் சொல்லிவிடாதே', 'லப்டப் லப்டப்' இவை எல்லாம் இலக்கியப் படைப்பிற்கு இன்றியமையாதவைதாமா? எண்ணிப் பார்க்க வேண்டும். திரைப்படத் தொடர்களை மிக எளிதாகக் கண்டுகொள்ளும் கவிஞர் நம்மைக் குறைத்தே மதிப்பிடுவர். திரைப்படப் பாடல்கள் மிக பல தகுதியற்றவை என்பதில்லை. அவையும் மேலான இலக்கியத் தரம் வாய்ந்தவையே.

மொத்தத்தில் கவிஞர்
புதுக்கவிதையில் ஒரு
மது கவிதையைத் தருகிறார்
சில பல சொற்களில்
ஒரு பெரும் வாழ்க்கைச்
சித்திரம் தீட்டிவிடுகிறார்.
ஓடி இளைத்து வருவான் முன்
ஊற்று நீர் போலும்
பழங்கஞ்சி குடிப்பான் முன்

பக்குவமான மாங்கனி போலும் - அவர்
வடித்த கவித்துளிகள்
வெடித்த முல்லையாய்
மணக்கின்றன, அவருக்கு
என் வாழ்த்துகள்!

அன்புடன்
சாலமன் பாப்பையா
மதுரை-625 002
25-6-2024

வாழ்த்துரை

கவிஞர் மா. பவுன்ராஜ் அவர்களின் கவிதைத் தொகுப்பான "யுனெஸ்கோ அங்கீகரிக்க மறந்த உலக அதிசயம் நீ...!" என்ற இந்தக் கவிதைப் புத்தகம் அழகான தெளிந்த மொழியில் காதல் பேசுகின்றது. உள்ளத்தில் உள்ள உணர்வின் வெளிப்பாடுதான் கவிதை. அந்தவகையில் இத்தொகுப்பில் பல கவிதைகள் உண்மையில் படைப்பாற்றலின் உச்சமாகவும் காட்சிப் பூர்வமாகவும் எளிய நடையில் அமைந்துள்ளன. அனைத்துக் கவிதைகளும் காதல் மணம்

பரப்புவதோடு உயிருள்ள ஆன்மாவாக ஜீவ கீதங்கள் இசைக்கின்றன. கவிஞர் தன் படைப்பாற்றலை மேலும் நல்ல பல துறைகளில் வெளிப்படுத்த வாழ்த்துகிறேன்.

வாழ்க! வளர்க!

முனைவர் ந. விஜயசுந்தரி
இணைப்பேராசிரியர் மற்றும் தலைவர் (பொ)
தொலைக்காட்சி, பட்டிமன்றப் பேச்சாளர்
முதுகலைத் தமிழாய்வுத்துறை
உருமு தனலெட்சுமி கல்லூரி
திருச்சிராப்பள்ளி - 620 019.

முன்னுரையாக என்னுரை

வாழ்க்கையை வண்ணங்களாக்கும் காதல்...!

தென்றல் யாருக்குப் பிடிக்காது? தென்றலுக்குப் பிடிக்காதவர்கள்தான் யார்? மழை யாருக்குப் பிடிக்காது? மழைக்குப் பிடிக்காதவர்கள்தான் யார்? தென்றலும் மழையும் போல் தான் காதலும். காதல் பிடிக்காதவர்கள் யார்? காதல் இது வெறும் வார்த்தை இல்லை. இந்தப் பிரபஞ்சத்தை இயக்கிக் கொண்டிருக்கும் இயற்கைச் சக்திகளில் ஒன்று. காதல் மனிதர்களுக்குள் சாதி மத முரண்களைக் களைந்து சமூக மாற்றத்திற்கும் மத நல்லிணக்கத்திற்கும் பெரிதும் துணை புரியும் ஒரு சக்தி வாய்ந்த ஆயுதம்.

காதல் மனித மனங்களைப் புதுப்பித்து வாழ்க்கையை வண்ணங்கள் ஆக்குவதோடு மன எழுச்சியையும் ஏற்படுத்துகிறது. இப்படியான காதல்தான் மனிதனை மனிதனாகவும் மகத்தானவனாகவும் மாற்றுகிறது. இவ்வுலகில் உள்ள எல்லா உயிரினங்களும் அன்பு-பாசம்-காதல் என்னும் பிணைப்பில்தான் கட்டுண்டுக் கிடக்கின்றன. இதன் காரணமாகத்தான் இந்த உலகம் இயங்கிக் கொண்டிருக்கின்றது. இந்த அழகான காதல்தான் உயிர்களிடத்தில் உள்ளக் கிளர்ச்சியினை ஏற்படுத்துகின்றது. காதல் எப்போதும் தாகமும் நீரும் போல மனிதனுள் இணைந்தே இருக்கிறது. காதல் ஒரு தெளிந்த நீரோடை அதன் உண்மையான ஆழம் யாருக்கும் தெரியாது.

"பிறப்பொக்கும் எல்லா உயிர்க்கும்" என்கிறார் வள்ளுவப் பெருந்தகை. அதுபோல்தான் இந்தப் பரந்த உலகத்தில் காதல் மனிதர்களுக்கிடையே மட்டுமல்ல புல், பூண்டு, மரம், செடி, கொடி, பறவைகள், விலங்குகள் முதலான உலகத்து அனைத்து உயிர்களுக்கும் உள்ள பொதுவான உணர்வு ஆகும். நாம் கற்காமலேயே நம்மில் தோன்றும் ஓர் அழகான உணர்வுதான் காதல். இந்த உணர்வில் மயங்காதவர்கள் எவரும் இருக்க முடியாது.

காதல் எப்போதும் அன்பு பாசத்தைவிட ஒரு படி மேலே சென்று உணர்வுகளைப் பிரதிபலிக்கின்றது. ஆகையால் எல்லோரும் காதல் செய்யுங்கள். என் இனியவர்களே...! அன்பால் இனிப்பவர்களே...! "யுனெஸ்கோ அங்கீகரிக்க மறந்த உலக அதிசயம் நீ...!" என்ற இந்தக் கவிதைத் தொகுப்பு முழுவதும் பூஞ்சோலையில் மலர்ந்திருக்கும் பூக்கள் போல காதல் நிரம்பி இருக்கிறது. இத்தொகுப்பில் நான் எழுதி இருக்கும் கவிதைகள் எல்லாம் எனது பள்ளி மற்றும் கல்லூரிக் காலங்களில் நான் பார்த்து ரசித்த, என் உள்ளத்தைக் கொள்ளை கொண்ட சில அழகான தருணங்கள். மேலும் நான் கடந்து வந்த வாழ்க்கைப் பாதையில் என்னைக் கடந்து போன சில அழகு தேவதைகள் என்னுள் ஏற்படுத்திய இன்ப அதிர்வுகளே இங்கு கவிதைகளாகப் பூத்து மணம் வீசிக் கொண்டிருக்கின்றன.

நேசியுங்கள்! சுவாசியுங்கள்!! காதலை!!!

அன்புடன்
மா. பவுன்ராஜ்
நூலாசிரியர்
+91 8098370685
E-mail.mpavunraj@gmail.com

காதல் என்பது சாதி–மத வேறுபாட்டை வேரறுக்கும் சக்திவாய்ந்த ஆயுதத்தின் ஒரு வடிவம்

Love Is a Powerful Weapon that Eradicates Caste and Religious Differences

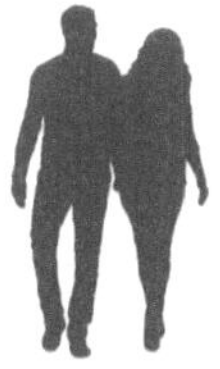

காதல் பிறப்பொக்கும் எல்லா உயிர்க்கும்!

காதல் ஆத்திசூடி...
காதல் பழகு!
காதலது கைவிடேல்!
காதலிற் சிறந்தொரு கடவுளும் இல்லை!
காதல் செய்வது சாலவும் நன்று!
இளமையில் காதல் செய்!
ஞயம்படக் காதல் உரை!

காதல் ஒரு புனிதச் செயல்
காதல் எதிர்ப்பு ஒரு பெருங்குற்றம்
காதல் மனங்களைப் பிரிப்பது ஒரு மனிதத்
தன்மையற்ற செயல்

காதலின் வாழ்வுதனைச் சாதி கவ்வும்
இறுதியில் காதலே வெல்லும்!

காதல்...
மனம் என்னும்
மாயக்கிடங்கிலிருந்து
உற்பத்தியாகும்
ஓர் பேரின்ப ஊற்று
காதல்...
மனித மனங்களைக்
கட்டிப்போட்டு
மாய லீலைகள் செய்யும்
ஓர் மகத்தான உணர்வு
காதல்...
காலங்காலமாய்த்
தொன்றுதொட்டு
மனித மரபணுக்களில்
ஆழமாய்ப் புதைந்துக் கிடக்கும்
ஓர் அழகிய நினைவு!

உலகத்தில்
எப்போதெல்லாம்
காதலர்கள்
பிரிக்கப்படுகிறார்களோ
அப்போதெல்லாம்
புயல், இடி, மழை, மின்னல்
என இயற்கை
தன் எதிர்ப்பைப்
பதிவு செய்கின்றது...!

காதலின்
சிறகுகள் எப்போதும்
தரை தொடுவதில்லை
அது மேகத்தில்
மிதந்தபடியே
பிரபஞ்சத்தை
அளக்கிறது!

ஓவியக் கண்காட்சி
என்றார்கள்
சென்று பார்த்தேன்
ஏமாற்றி விட்டார்கள்
அங்கு நீ இல்லை!

உன் பிறந்த நாளை
சர்வதேச அழகு தினமாக
அறிவித்திட ஜநா சபைக்கு
ஆவனம் செய்யப் போகிறேன்!

அறிவியல் கல்வியை
அறிமுகப்படுத்தியது
இலண்டன் பல்கலைக்கழகமாம்
உலகிற்கே
அழகியல் கல்வியை அறிமுகம் செய்தது
அழகே!
நீதானே!

உலகின் மிகச் சிறந்த
நூலகச் சின்னமான
அமெரிக்கக் காங்கிரஸ் நூலகம்
ஆவணப்படுத்த மறந்த
அழகான கவிதைப் புத்தகம்
நீ!

உலகத்தின் அழகெல்லாம்
உன் அழகிற்கு ஈடில்லை
பிறகு உனக்கெதற்கு
உலக அழகிப் பட்டம்
நீ
அதிசயமே வியந்து
பார்க்கும் உலக அதிசயம்!

சப்த ஸ்வரங்கள்
அனைத்தும் அவள்தான்
அவளை எழுதிட
வார்த்தைகள் இல்லை
வேண்டுமென்றால்
வயலின் ஒன்றைத் தாருங்கள்
வாசித்துக்காட்டுகிறேன்!

நீ அரசுப் பேருந்தில்
பயணம் செய்யும்போதெல்லாம்
எனக்கு இப்படித்தான்
தோன்றுகிறது...
தங்கத்தேரைச்
சுமந்து போகும் பாக்கியம்
இந்தத் தகரவண்டிக்கா என்று...!

யுனெஸ்கோ அங்கீகரிக்க மறந்த உலக அதிசயம் நீ...!

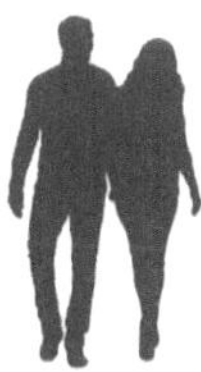

தெய்வங்கள் எல்லாம்
கோவிலில்
ஐம்பொன் சிலைகள்!
தரிசிக்க வந்த நீயோ
தங்கச் சிலை!

என்னவோ உலக சாதனையே
படைத்துவிட்டதுபோல்
அப்படி ஒரு மகிழ்ச்சி
நான் உன்னிடம்
முதன்முறையாகப் பேசியபோது!

யுனெஸ்கோ அங்கீகரிக்க மறந்த உலக அதிசயம் நீ...!

நீ வசிக்கும் ஊருக்கு
நான் வைத்திருக்கும்
செல்லப் பெயர்
ரதிதேவிபுரம்!

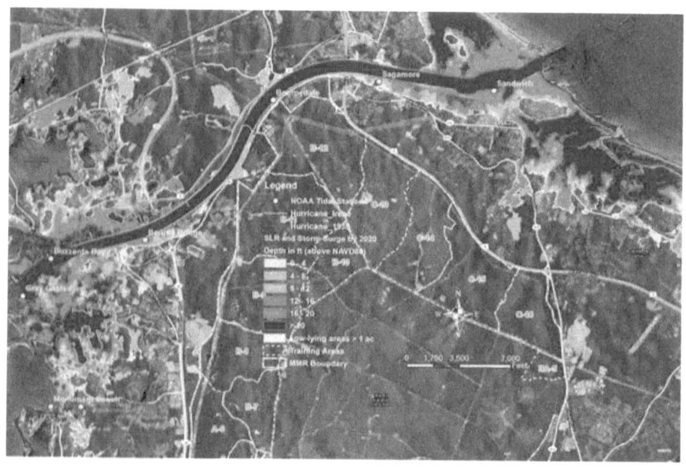

அன்பே...
நீ செல்லும் திசையெல்லாம்
நான் கண்மூடிக்கொண்டே
கடந்துவிடுவேன்
ஏனென்றால்
உன் வாசம்தானடி
இந்த மண்ணில்
எனக்கு வரைபடம்!

யுனெஸ்கோ அங்கீகரிக்க மறந்த உலக அதிசயம் நீ...!

கவிஞனாகப் போகிறேன்
கொஞ்சம் பாவனை செய்
கவிதை எழுதிக்கொள்கிறேன்!

தெரியாமல் அல்ல
தெரிந்தேதான் விழுந்தேன்
உன் கன்னக் குழி அழகில்!

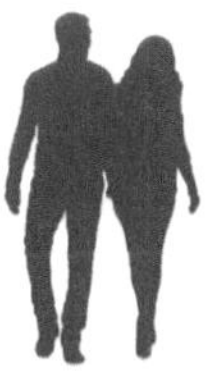

ஆழ்கடலில்
மூழ்கியும்
அணையவில்லை
உன் ஆசைத் தீ!

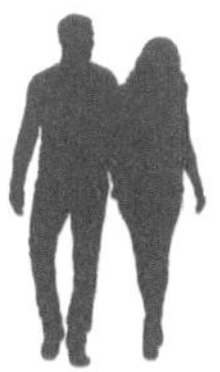

ராணி என்பவள்
ராஜ வம்சத்தில்தான்
பிறந்து வருவாள்
என நினைத்திருந்தேன்!
உன்னைப்
பார்க்கும்வரை!

பருவநிலை மாற்றம்
பனித்துளியாய்ச்
சிதறிவிட்டேன்
பாதரசமாய்
உறைந்துவிட்டேன்
உன் பார்வைப் பட்டதால்!

நீ
தினமும் அமர்ந்து சென்ற
உன் வகுப்பறை இடத்தில்
நானும் சென்று அமர்ந்துகொள்கிறேன்
யாருக்கும் தெரியாமல்!
அவ்வளவு ஆசை
நீ அமர்ந்து சென்ற இடத்தில்
நானும் அமர்ந்துகொண்டதில்!

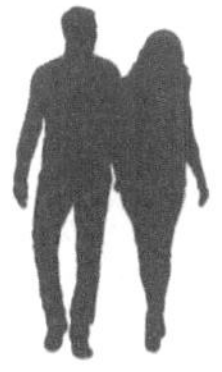

நீ
என்னைப் பார்க்கும் போதெல்லாம்
என்னுள்
பாய்ந்து விடுகிறது
உயர் அழுத்த மின்சாரம்!

கவிதைகள் பிடிக்காது என்கிறாய் நீ!
ஒப்புக்கொள்கிறேன்
அப்படியென்றால்
வலம்புரிச் சங்கைப் போல்
வளைந்திருக்கும் உன்
கழுத்துக்கு என்ன பெயர்?

சிகப்பான
பெண்களையெல்லாம்
பிரம்மன் படைத்து
ஸ்ட்ராபெர்ரியில்
குளிப்பாட்டினான் என்றால்
கருப்பான
பெண்களையெல்லாம்
பிளாக்பெர்ரியில்
குளிப்பாட்டி இருப்பானோ!

என்னவளே!
என் இதயத்தின்
நான்கு அறைகளுக்கும்
ஒவ்வொரு காவலாளியை
நியமித்திருக்கிறேன்
உறக்கத்திலும் உன்னைத் தவிர
வேறு யாரையும் உள்ளே
அனுமதிக்க வேண்டாமென்று!

யார் சொன்னார்கள்?
ராகங்கள் பதினாறென்று
அவளையும் சேர்த்துப் பதினேழு!

முதன் முறையாகச்
சென்றேன்
தேர்வலம் பார்க்க
தங்கத் தேரோடு!

உன் சுவாசம்
தீண்டும்போதெல்லாம்
காற்று மண்டலம்
கவிதை மண்டலமாகிவிடுகிறது!
நாம் இருவரும்
கைகோர்த்து நடக்கும்போது
வளிமண்டலம்
வசந்த மண்டலமாகிவிடுகிறது!

விண்ணிலவில்
முதலில் கால் பதித்த
நீல் ஆம்ஸ்ட்ரோங்கின்
அழகு மகள் வெண்ணிலா இவள்!

யுனெஸ்கோ அங்கீகரிக்க மறந்த உலக அதிசயம் நீ...!

பல்லாங்குழி
விளையாட்டை
ஞாபகப்படுத்துகின்றன
உனது
கன்னக்குழிகள்...!

யுனெஸ்கோ
அங்கீகரிக்க மறந்த உலக அதிசயம்
நீ!

அவளைப் பற்றிச்
சொல்ல வேண்டுமென்றால்...
அவள் அழகின் அகராதி
இன்பத்துப் பாலின் இலக்கணம்!

தானேப் புயலில்
தப்பிப் பிழைத்து
கஜாப் புயலில்
கரை சேர்ந்து
நிவர்ப் புயலில்
நிலை பெற்ற நான்
சிதைந்துச்
சின்னாபின்னமானேன்
ஒரு புள்ளி மான் வீசிய
புன்னகைப் புயலில்!

தன்னிலை மறந்தேன்
உன்னிலே உறைந்த பின்னே!

யுனெஸ்கோ அங்கீகரிக்க மறந்த உலக அதிசயம் நீ...!

வல்லினம் விழுந்தது
இடையினத்தில்!

தெளவ்சண்ட் வாட்ஸ் பவரும்
ஜீரோ வாட்ஸ் ஆகிவிடுகிறது
நீ வந்தால்!

சொல் நீ
பார்க்கிறாயா...?
இல்லை
பற்றவைக்கிறாயா...?

தேர்வாடி
நீ
வந்த பிறகு ஆனது
ஏர்வாடி!

யுனெஸ்கோ அங்கீகரிக்க மறந்த உலக அதிசயம் நீ...!

சப்தம் ஏதுமின்றி
நீ என்னுள் நடத்துகிறாய்
சக்கர வியூகம்!

நினைக்கும்போதே
நாணமா?
நேரில் பார்த்தால்?

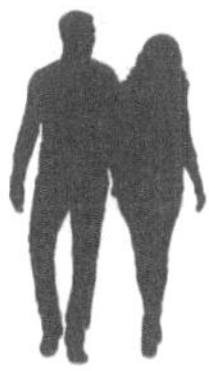

நீ பார்த்தாலே
பதறிவிடுவேன்
பாவனை வேறயா?

ரோமியோ – ஜூலியட்டின்
அழகுக் கொள்ளுப் பேத்தி
நீ!

புடவை
அணிந்த
பூ!

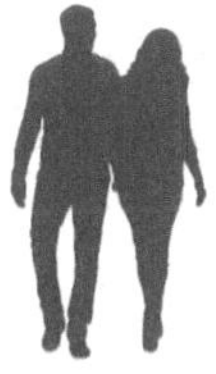

உலகின் அழகான சொல்
அன்பு மட்டுமல்ல
உன் பெயரும்தான்!

அப்படிப் பார்க்காதே
ஆராய்ச்சி செய்யத் தோன்றுகிறது
உன் அழகின் பரிமாணங்களை!

யுனெஸ்கோ அங்கீகரிக்க மறந்த உலக அதிசயம் நீ...!

சிலர்
பேசியே கொல்வார்கள்
நீ என்னிடம்
பேசாமலேயே கொல்கிறாய்!

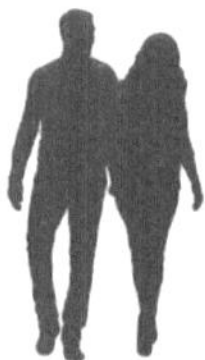

உன் நினைவென்னும்
நயாகராவில் நனைந்தபடியே
எழுதவில்லை
செதுக்குகிறேன்...
உன் நினைவுகளை
என் இதயத்தில்
கல்வெட்டாக!

பதறினேன்...
சிதறினேன்...
சிந்தினேன்...
இலக்கணமே பாராமல்
நீ இதழ்பதித்துச் சிந்திய
மோக முத்தத்தில்!

மகரந்தம் சிந்தும்
எந்த மலரிலும்
உணர்ந்ததில்லை
உன் கூந்தல்
சிந்தும் வாசத்தை!

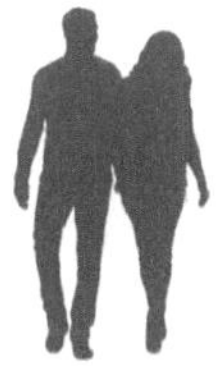

தொலை தூரத்தில்
இதயங்கள்
இணைந்தன
இன்ஸ்டாகிராமில்
ஐ... மிஸ்... யூ என்ற உனது
ஆறுதலான வார்த்தையில்!

தோற்றுத்தான் போகிறேன்
தினமும்
பாதகத்தி அவள்
காதலோடு சண்டையிட்டு!

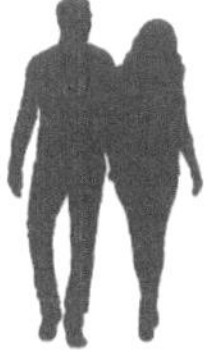

சாலையோரப் பூக்கள்
பூக்கவில்லையாம்...!
ஊதா நிலா அவள்
ஊருக்குச் சென்று விட்ட
செய்தி கேட்டு!

அலாரத்தையே
மிஞ்சிவிடுகிறது
அவளின்
அதிகாலை நினைவுகள்
உறக்கத்திலிருந்து
என்னை விழித்திடச் செய்வதில்!

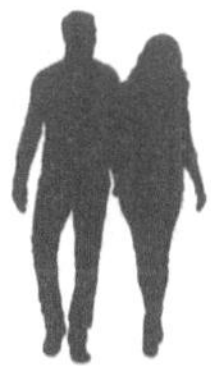

உன் அழைப்பிற்காகவே
காத்திருக்கிறேன்...
அலைபேசியோடு!
பிறர் அழைப்புகளையெல்லாம்
நிராகரித்து!

யுனெஸ்கோ அங்கீகரிக்க மறந்த உலக அதிசயம் நீ...!

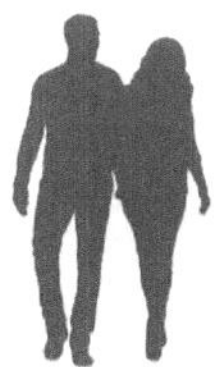

வெள்ளிக் குடம்
சுமந்து செல்லும்
வெளிச்சப் பூவே!
யாருக்குத் தெரியப்போகிறது
குடத்தைச் சுமந்துச் செல்லும்
நீ
ஐம்பது கிலோ தங்கம் என்று!

முதன் முறையாக
சீற்றம் குறைந்துச்
சிறைப்பட்டுப்போனது வீரம்
கஸ்தூரி மானின்
கடைக்கண் பார்வை
காளையின் மீது பட்டதால்!

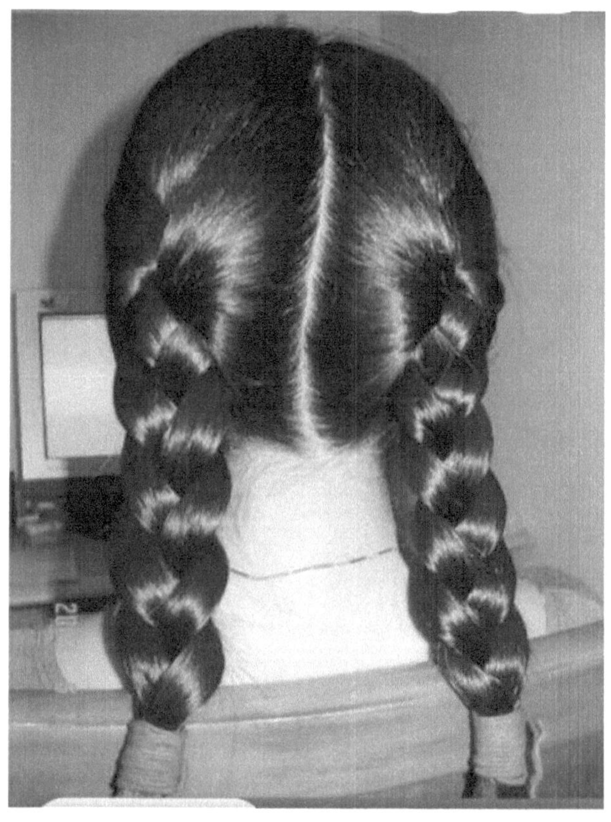

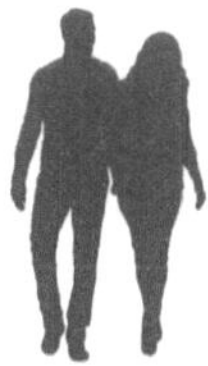

காதல் கணை
பாய்ச்சிப் போகிறது
உன் ரெட்டை ஜடை வயசு
அதில் ராட்டினம்போல் சுத்துதடி
இந்தக் கிறுக்குப்பய மனசு!

நீ எந்தத் தேசத்தில் வேண்டுமானாலும்
பிறந்திருக்கலாம்
ஆனால்...
உன் வசிப்பிடம்
என் இதயத் தேசம்தான்!

கவிஞர் மா. பவுன்ராஜ்

உலகில்
வியக்க வைக்கும் அதிசயங்கள்
ஆயிரம் இருந்தும்
உன்னிடமே மயங்குகிறேன்
என்ன மாயம் செய்தாயோ!

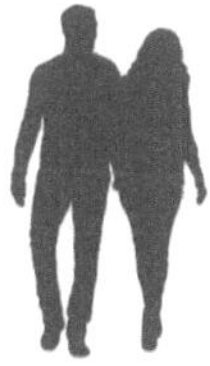

அழகாய்ப் பூக்கிறாய்
புன்னகை!
அழகே சொல்லடி
பூக்களில் நீ எவ்வகை?

நீ
பால் வீதியில் நடமாடும்
பைந்தமிழ் நிலா
எப்போது வருவாய்
என் நெஞ்சுக்குள் உலா!

வீசிப் போகிறாய்
கண்களால்
காதல் வலை
சொல்?
எப்போது தணியும்?
என் மோக அலை!

நீ அழகாய்ப் பூத்திடும்
பூந்தோட்டம்
பிறரின் சந்தேகக்
கண்ணோட்டத்தில்
உன்னைச் சுற்றியே
என் நடமாட்டம்...!

பறந்துச் செல்லும்
பட்டாம் பூச்சியே
உன் பனிமலர்ப் பார்வையால்
அள்ளிச் செல்கிறாய்
நெஞ்சத்தை!
என்னை தள்ளிச்
செல்கிறாய் மஞ்சத்தில்!

உலகின் ஒப்பற்ற
அழகையெல்லாம்
படைப்பது பிரம்மன்தான்
என்றாலும்
அந்தப் பிரம்மன்
படைப்பையே மிஞ்சிய
ஓர் உன்னத அழகாய்
உன்னைப் படைத்திட்ட
உன் தாய், தந்தைக்குத்
தங்க மகுடம் சூட்டி
உலகின் மிகச்சிறந்த
சாதனைக் கலைஞர்கள்
என்ற விருதை
ஆண்டுதோறும் கொடுத்துக்
கவுரவிக்கப்படும்
மிகச்சிறந்த நாள்தான்
உன் பிறந்த நாள்!

உன்னை இரசிக்கத்
தோன்றவில்லை
இரசித்துக்கொண்டே இருக்கத்
தோன்றுகிறது!

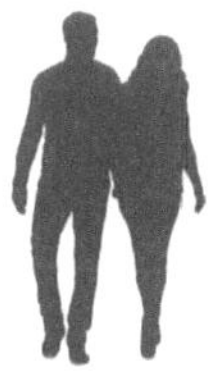

நீ
என் கையோடு
கைகோர்த்த பிறகுதான்
தெரிந்தது
என் ஆயுள் ரேகை
அழகாக!

பூமி வெப்பமடையக் காரணம்
கார்பன்கள் எரிக்கப்படுவதும்
பச்சைக் கதிர்கள் பாய்ச்சப்படுவதும்
மட்டுமல்ல
பாவை உன் விழிவெப்பத்தில்
ஓசோன் படலமும்
உருக்குலைந்து போகும்
புற ஊதாக்கதிர்களும்
பூமியைப் பலமடங்கு தாக்கும்
அண்டார்டிக் பனிமலையும்
அதிவேகமாய் உருகும்
ஆகையால்
தயவு செய்து தாழ்த்திக்கொள்
உன் பார்வையை;
தப்பிக்கட்டும் பூமி!

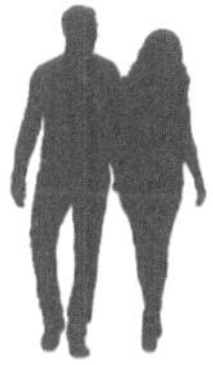

மாற்றிச் செல்கிறாய்
இதயத்தின் ரிதத்தை
எதிரில் தோன்றும்போதெல்லாம்
நீ!

கற்காமலேயே
முதலிடம் பிடித்த
முதல்(மாண)வன் நான்
இதழியலில்!

சித்தன்தானடி நானும்
உனைக் காணும் முன்னே!
பித்தனாகிப் போனேனடி
உனைக் கண்ட பின்னே!

யுனெஸ்கோ அங்கீகரிக்க மறந்த உலக அதிசயம் நீ...!

நான் ஜோவியலாய்
ஜோக் சொல்லும் போதெல்லாம்
சிரிக்கலாமா? வேண்டாமா? என்று
நீ சிந்தித்துக்கொண்டே
சிதறவிடும் சிரிப்பில்
சிதைந்துபோகிறேன்!

காதலிக்கும்போதே
என்னை அதிகாரத்திற்குள்
ஆட்கொள்கிறாய்
மனைவி என்றால்
மண்டியிடச் செய்வாயோ?

நீ
கருப்பாக இருக்கின்றாய் என்று
கேலி செய்யும்
உன் தோழிகளிடம் சொல்
சங்குப் பூ சிகப்பாக இருந்தால்
அழகாக இருக்காதென்று!

நீ
பார்த்தாலே
பற்றிக்கொள்கிறேன்
நீ என்ன நெருங்கிய உறவா
நெருப்புக்கு?

எங்கிருந்தாய்
இத்தனை நாளாய்...
தோன்றாத எண்ணமாய்
பாராத வண்ணமாய்
நீ!

நீரின்றி வாழுமா மீனினம்
நீயின்றிப் பூக்குமா பூவனம்
செத்தாலும் உன் மடியில்தான்
சாக வேண்டும்
மனம் பித்தானாலும்
உன்னால்தான் ஆகவேண்டும்!

ஒவ்வொரு நொடிப் பொழுதும்
உணர்த்திப் போகிறது
நாம் நடமாடி மகிழ்ந்த
நந்தவன நாட்களை!
உன் நினைவை விதைத்தபடி!
என் நினைவைச் சிதைத்தபடி!

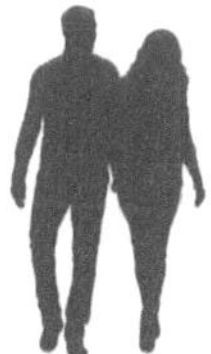

ஒரு நந்தவனத் தேர் போல்
நடந்து வருகிறாய் வீதியில்
எல்லோரையும் கண்டு செல்கிறாய்
என்னை மட்டும்
கொண்டு செல்கிறாய்..!

ஆக்கவும் அழிக்கவும் வல்லவன்
கடவுள் மட்டுமல்ல
காதலும்தான்
இங்கு ஜெயித்தால்
ஜனனம்
தோற்றால் மரணம்!

வெள்ளரிப் பூவாட்டம்
வெளுத்த என் இளமனசில்
மஞ்சரிப் பெண்ணே நீ
மல்லிகைச் சரம்போல
மலர்ந்து கிடக்கின்றாய்...!

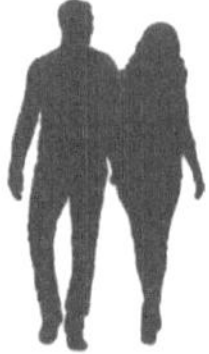

வேண்டும்
இன்னொரு ஜென்மம்
உன் அதீத அன்பில்
ஆண்டுகள் பல வாழ்ந்திட!

உன் வருகையை
உணர்த்திச் செல்கிறது
உன் வாசம் சுமந்து
வரும் காற்று!

யுனெஸ்கோ அங்கீகரிக்க மறந்த உலக அதிசயம் நீ...!

தோழன் என்கிறேன்
தோள் சாய்கிறாய்
நட்பு என்கிறேன்
நம்பிக்கை கொள்கிறாய்
காதல் என்றால்...?

நீ
அன்பாய்ப் பார்த்துப்போன
ஒற்றைப் பார்வை உணர்த்துகிறது
நான்
யுகங்கள் பல
உன்னோடு
வாழ்ந்த சந்தோஷத்தை!

அணிவகுத்து நிற்கின்றன
குளத்தில்
மீன்கள் கூட்டம்
உன் மைவிழி அழகைக்காண!

நான் எழுதிடும்
வரிகளிலெல்லாம்
எனக்கே தெரியாமல்
வந்து ஒளிந்து கொள்கிறாய் நீ
கவிதையாக!

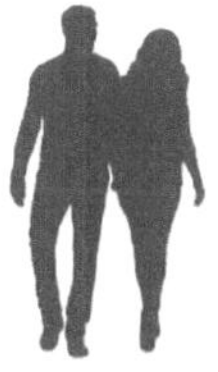

ரணங்கள் எல்லாம்
ஸ்வரங்கள் ஆகின்றன
உன் பிம்பம்
என்மீது விழும்போதெல்லாம்!

வார்த்தைகள் ஏதுமின்றி
நாம் பேசும்
உலகின்
புனிதமான மொழிதான்
மௌனம்!

மனதில் பட்டதைத்தான்
எழுதுகின்றேன்
வரிகளாக! ஆனால்
எழுதி முடித்தபிறகுதான்
தெரிகிறது
எழுதிய அத்தனை வரிகளும்
உனக்கானதென்று!

கவிஞர் மா. பவுன்ராஜ்

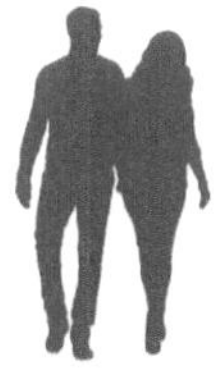

நீ
உலக அழகியா?
இல்லையா?
என்றெல்லாம் எனக்குத் தெரியாது
ஆனால்
என் உலகம்
அழகாகிறது
உன்னால்தான்!

பஞ்சவர்ண
ஜிமிக்கி அணிந்த
நெஞ்சவர்ணக் கிளியே
உன்
அழகை ஆராதிக்க
இல்லையடி வார்த்தைகள்
அகராதியிலும்!

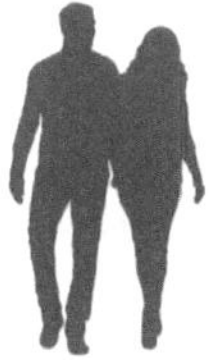

என் ஒவ்வொரு படைப்பிலும்
இலைமறை காய்போல்
மறைந்து கொள்கிறாயே
நீ என்ன என் படைப்பின்
மறைபொருளா?

எழுதிடும்
வரிகளிலெல்லாம்
எப்படியாவது வந்து
கலந்துவிடுகிறாய்
நீ என்ன என் வரிகளின்
கருப்பொருளா?

நான் தேவதைகளைப் பற்றிய
புராணக் கதைகளைப்
படிப்பதே இல்லை
பின்னே...! உன்னை
அருகில் வைத்துக்கொண்டு
நான் எங்கே தேவதைகளைப்
பற்றிப் படிப்பது!

நடுநிசி மௌனத்தில்
மலரும் உன் நாணங்கள் யாவும்
வீணாகிப்போகுதடி
இரசிக்கப்படாமலே!

பெண்ணே
உன் மெல்லிடையைப்
படைக்கும்போது
மூட்-அவுட்டிலிருந்த பிரம்மன்
மாங்கனிகள் இரண்டைப்
படைக்கும்போது மட்டும்
மன்மதப் போதையில்
மதிமயங்கிக் கிடந்தானோ?

எல்லாப் பெண்களையும்
பிரம்மலோகத்தில்
படைத்த பிரம்மதேவன்
உன் ஒருத்தியைப்
படைக்கும்போது மட்டும்
மன்மத தேசத்தில்
மையல் கொண்டிருந்தானோ?

சொர்க்கம் இருப்பது
உண்மையோ? பொய்யோ?
தெரியாது! ஆனால்
உனது அன்பில்
மனதார மகிழ்ந்த
ஒவ்வொரு நொடியும்
சொர்க்கம்தான்...!

உன் வெள்ளிக் கொலுசின்
ஓசை கேட்கும்போதெல்லாம்
உலகில் ஓர் இசைக்கலைஞன்
தோன்றுகிறான்...!

யுனெஸ்கோ அங்கீகரிக்க மறந்த உலக அதிசயம் நீ...!

வானிலிருந்து உதிர்ந்த
விண்மீனொன்று
மோட்சம் பெற்றது
உன் அழகான மூக்கில்
ஒற்றைக்கல் மூக்குத்தியாக...!

சின்னச் சின்ன சண்டைகள்
இனி
உனக்கும் எனக்கும் பேச்சில்லை என
கோபித்துவிட்டு
அடுத்த நிமிடமே
யார் முதலில் பேசுவதென்று
தவிக்கும்போதெல்லாம்
ஜெயித்து விடுகிறது
நம் காதல்...!

யுனெஸ்கோ அங்கீகரிக்க மறந்த உலக அதிசயம் நீ...!

மார்கழி மாதப் பனி
நீளும் இரவுகளுக்கிடையே
என் உறக்கத்தைக்
கனவுகளால் அலங்கரித்துச்
செல்கிறாய் நீ
பன்னீர்வனப் பட்டாம் பூச்சியாய்!

எச்சரிக்கை
வானிலையில் மாற்றம்
காற்றழுத்தத் தாழ்வு மண்டலம்
உருவான நிலையில்
காரணம் கண்டறியப்பட்டது
மின் காந்த விழிகளோடு
நீ
வீதி வலம்வந்ததே!

இயக்க விதிகளின்படி
இயங்கும் விசையின் வரிசையில்
முதலிடத்தில் இருப்பது
நியூட்டனின் புவிஈர்ப்புவிசையல்ல
உன்
விழிஈர்ப்பு விசை!

சந்தனத்தில் குழைத்தெடுத்த
சங்கத் தமிழ்ச் சிலையே
என் மனதை
வாரிச் சுருட்டிய
ஆழிப் பேரலையே
இரவும் பகலும்
நித்தமும் நீ என்னை நினை
இனி எத்தனை ஜென்மம் எடுத்தாலும்
நான்தான் உன்
வாழ்க்கைத் துணை!

யுனெஸ்கோ அங்கீகரிக்க மறந்த உலக அதிசயம் நீ...!

உலக பண்பாட்டு அமைப்புகள்
பிரசுரிக்கத் தவறிய
அரபுக்கவிதை நீ!
சிந்தை அள்ளும்
சிந்துச் சமவெளியில்
தோன்றிய
மொகஞ்சதாரோ சிற்பம் நீ!
உலக நாகரிகத்தின்
தொட்டில் எனப் போற்றப்படும்
மெசொப்பொதாமியா பிரதேசம் நீ!
எல்லோரும் வியந்து பார்க்கும்
எல்லோரா ஓவியம் நீ!
உயிரோவியன் ரவிவர்மனின்
தூரிகைக்கு எட்டாத
காவியம் நீ!
உருதுக் கவிஞன் உமர் கயாம்
சிந்தனைக்குத் தோன்றாத
இலக்கியம் நீ!
புன்னகை பூத்திடும்
பொன்னொளி தேசம் நீ!
பூத்துக் குலுங்கிடும்
பூவனத் தேவதை நீ!
அழகாய்ப் பூக்கிறாய்
தெரியாமல் பார்க்கிறாய்
அஜந்தா ஓவியம்போல்
எனைக் கடந்து போகிறாய்!

நெருப்பாற்றையே
நீந்தத் துணியும்
என் இளமைத் திமிர்
உன் நயாகராப் பார்வையில்
நனைந்தே போனது
உரசினால் பற்றியெரியும்
என் மூங்கில்காட்டு மனசு
உன் சிரபுஞ்சிச் சிரிப்பில்
அணைந்தே போனது
சூறாவளியையே
சுருட்டிப்போடும்
என் சூரிய இதயம்
உன் பனிக்காற்றுப் பார்வையில்
உறைந்தே போனது!

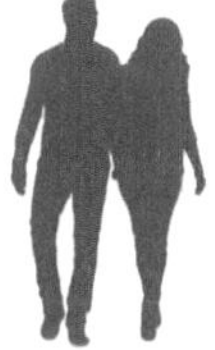

அது ஒரு கனாக்காலம்...

தினமும் மாலை நேரப்
பள்ளி விட்டுச் சிறகடிக்கும்
பட்டாம் பூச்சிகளைக் கவர
சில காளையர்கள் கூட்டம்
கடைவீதிகளில்
ஒப்பனையோடு
வலம் வருவார்கள்
அதில் நானுந்தான்
உன்னைப் பார்க்க!
எல்லோரையும் எதார்த்தமாய்
கண்களால் பார்ப்பாய்
என்னைமட்டும் காதலால்
பார்த்துச் செல்வாய் நீ!
அந்த ஓரிரு நிமிடப்
பார்வைக்காக
நான் ஒருநாள் முழுக்க
ஒத்திகை பார்த்து வந்த கதை
உனக்குத் தெரியுமா...?

பூக்களின் தேசமே
உலகப் பூக்களின்
புன்னகை தேசமே
சங்கத் தமிழ் இலக்கியத்தின்
சந்தன பௌர்ணமியே
இசையின் இசையில் உருவான
சிம்பொனியே
வாலிபக் கவிஞனும்
வைரக் கவிஞனும்
போட்டிப் போட்ட வசீகர வரியே
பாடும் நிலா இசைத்த
மிகச் சிறந்த பல்லவியே
வண்ணத்திரையாய் மனதை
வாரிச் செல்லும்
முத்தாரமே முத்துச்சரமே
உன்னைக் கண்டால்
எமனுக்கும் காதல் வரும்
எனக்கு வாராதா...?

உன்னில்
இத்தனை அவதாரங்களா?
தென்றலாய் வந்து தீண்டுகிறாய்
தீயாய்ச் சுடுகிறாய்
மழைச்சாரலாய்த் தழுவுகிறாய்
புயலாய்த் தாக்குகிறாய்
பூகம்பமாய்ச் சிதைக்கின்றாய்
சொல்? நீ என் வாழ்வில்
வலியா? சுகமா?
வரமா? சாபமா?
எது நீ!

நீ என்னை முதன் முதலாகப்
பார்த்தபோது
என் பாலைவன இதயம்
சோலைவனமானது
நீ என்னிடம்
முதன் முதலாகப் பேசியபோது
என் மனதில் பரவசமாய்ப் பறந்தன
பல ஆயிரம் பட்டாம்பூச்சிகள்;
என் உடல் பொருள்அனைத்தையும் தருவேன்
உனக்காக நான்
உன்னிடம் வைப்பதற்கு
ஒரே ஒரு விண்ணப்பம்தான்
எனக்காக நீ
உன் உள்ளத்தை மட்டும் தந்தால் போதும்!

ஜல்லிக்கட்டுக் காளையடி நான்
உன்னைக் காணும் முன்னே!
காய்ந்த சருகாகிப் பறந்தேனடி
உன்னைக் கண்ட பின்னே!

காதல் ஹார்மோன்கள்
உன்னைப் பார்த்த நிமிடத்திலிருந்து
அதிரடியாய் வேலை செய்யத்
தொடங்கிவிட்டன
ஆக்ஸிடோசின்
மத்திய நரம்பு மண்டலத்தின்
அனுமதி பெறாமலேயே!

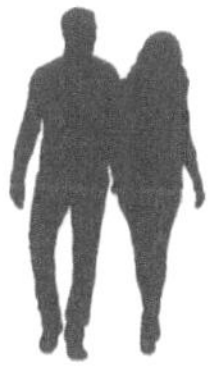

பக்கத்தில் வந்தாலே
வெட்கத்தில் சிவக்கின்றாயே
நீ என்ன அனிச்ச மலரின்
அழகு தங்கையா?

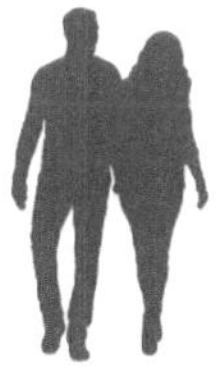

பிச்சிப் பூ சூடிய
வெட்சிப்பூ இவள்...!

நீ குண்டாக இருக்கிறாய் என்று
உன் தோழிகள்
உன்னைக் குண்டு பூசணிக்காய் எனக்
கிண்டல் செய்வதாக
வருத்தப்பட்டுக் கொள்கிறாயே
சிலை எந்த வடிவத்தில் இருந்தால் என்ன?

நீ பிறந்த பிறகுதான்
உன் வீட்டில் வசதி வந்ததாமே!
அப்படி என்றால்
இன்று முதல் உன் வீட்டிற்கு
நான் சூட்டும் செல்லப் பெயர்
"தனதேவி இல்லம்"

உனது ஒற்றைப் பார்வையில்
தந்துவிடுகிறாய் நீ
பதற்றம்
பரவசம்
பயிர்ப்பு
தவிப்பு
கிளர்ச்சி
என அனைத்தையும்!

கோடி மலர்கள்
இதயத்தில் மலர்ந்ததுபோல்
உணர்ந்தேன்
கோல மயில் அவள் துப்பட்டா
என்மீது உரசிச் சென்றபோது!

ஓர் அழகான இளவேனிற்
காலத்தில்தான்
அவள் பிறந்திருக்க வேண்டும்
அதனால்தான் என்னவோ
இளவேனிற் காலங்கள்
அழகாக இருக்கின்றன!

விதிவிலக்கு
இ.பி.கோ - சட்டம் - 378
இதயத் திருட்டிற்கு மட்டும்
ஆகையால்
துணிந்து திருடுங்கள்
இதயத்தை!

மகரந்தத் தோட்டத்து மான்குட்டி நீ!

அழகிப் போட்டிக்கு வந்த நீ
அடக்கமாகத்தான் இருக்கிறாய்
உன் அழகுதான் அட்ராசிட்டி செய்கிறது!

அளந்து வைத்த
ஐந்து அடி உயர
அழகிய ஹைக்கூ
கவிதை அவள்!

சிலை என்றே நினைத்தேன்
அழகு தேவதை
நீ
கண்சிமிட்டும் வரை!

யுனெஸ்கோ அங்கீகரிக்க மறந்த உலக அதிசயம் நீ...!

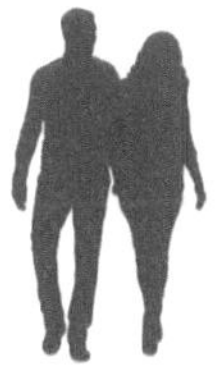

அழகின்
அருஞ்சொற்பொருள்
நீ!

புரையேறும் போதெல்லாம்
தலையில் தட்டி
யாரோ நினைக்கிறார்கள் என்று
வெள்ளந்தியாய்ப் புலம்பும்
என் தாயிடம் எப்படிச் சொல்வேன்
நினைப்பது நீதான் என்று!

உன் பெயருக்குப் பக்கத்தில்
என் பெயரையும் சேர்த்து
எழுதிப் பார்த்தபோதுதான் தெரிந்தது
ஆதாம்-ஏவாளுக்குப் பிறகு
அழகான பெயர்ப் பொருத்தம்
நம் இருவருக்கும்தான் என்று!

நீ அழகாய் இருப்பதாக
எல்லோரும் சொல்கிறார்கள்
இல்லவே இல்லை
அநியாயத்திற்கு அழகாய் இருக்கிறாய்!

உன்னைப் பற்றி
எழுதும்போது மட்டும்
எழுத்துக்களுக்குப் பதிலாக
பூக்கள் பூக்கின்றன!

உன் அழகான சிரிப்பையெல்லாம்
சேமித்து வைத்திருக்கின்றேன்
பொக்கிஷமாக!

யார் யாரோ வந்துபோகும்
கல்லூரியில்
உன் வருகை மட்டும்தான்
வரமாகிறது!

உன் அத்தனை அழகும்
என் இதயப்பக்கங்களில்
அழகுசார் பதிப்புரிமை பெற்று
அடிமனதில் வாழுதடி
அழியாத புத்தகமாய்!

அழகே...
நீ இருக்கிறாய்
சும்மா துறுதுறுவென்று
சுட்டியாய்!
நான் வரவா?
உன்னை ஆராதிக்க
உன் உட்பியாய்?

நொடிப்பொழுதும்
மறந்ததில்லை
என் சுவாசத்தில் கலந்த
உன் நினைவுகளை!
அப்படி மறந்தால்
அது மரணமாகத்தான்
இருக்கும்...!

இரவில் மட்டுமல்ல
பகலிலும் உறங்குகிறேன்
கனவில் மட்டுமே
நீ
என்னைக் காதலிப்பதால்...!

உனக்கே தெரியாமல்
தினமும் நீ எனக்கு
தந்துகொண்டிருக்கிறாய்
கவிதை வரம்!

பூக்களைச் சுற்றும்
தேனீயைப் போல்
உன்னையே சுற்றி வரும்
என்னை நீயோ கண்டுகொள்ள மறுக்கிறாய்
பரவாயில்லை
கோபப்பட்டு என் முகத்தில்
காறி உமிழவாவது செய்
நீ கொடுப்பது
ஏதாவது வேண்டும் எனக்கு!

யுனெஸ்கோ அங்கீகரிக்க மறந்த உலக அதிசயம் நீ...!

ஒரே ஒரு ஆச்சரியக்குறி போதும்
உன் அழகைச் சொல்ல!

தொட்டால் மலரும் பூவல்ல
பார்த்தாலே மலரும் பூ இவள்!

நீ கல்லூரிக்கு வந்தால்
வருகைப் பதிவேட்டில் விழும்
வருகைப் பதிவு
ஆனால்?
எனக்கோ விழும்
என் உள்ளப் பதிவேட்டில்
காதல் பதிவு!

அவள் அக அழகை
எழுதினால்
அது அகநானூறு
அவள் புற அழகை
எழுதினால்
அது புறநானூறு!

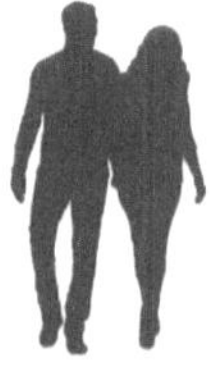

ஒரு நாள் அறிவியல் ஆசிரியர்
அழகாகப் பாடம் நடத்திவிட்டு
ஈர்ப்பு விசைக்கு
ஓர் எடுத்துக்காட்டு கேட்டார்
மின் விசை என்றார்கள் சிலர்
காந்த விசை என்றார்கள் பலர்
இறுதியாக நான் எழுந்து சொன்னேன்
ஆகச்சிறந்த எடுத்துக்காட்டாக
உன் அழகான இரு விழிகளையும்!

காதலே
உலகின்
சிறந்த பள்ளி
சாதி - மத - இன - மொழி
வேற்றுமைகளைக் கலைத்து
நற்சமூகக் கட்டமைப்பை உருவாக்கும்!
சிறப்புப் பாடங்களைக்
கற்றுத் தருவதோடு
மனிதனை மாமனிதனாக்கும்
காதலே
உலகின் சிறந்த பள்ளி!

உன்னால் மட்டுமே
முடிகிறது
என்னைப்
படுத்தியெடுக்கவும்
பரவசப்படுத்தவும்!

அடிக்கடி
அழைத்து மகிழ்கிறேன்
உன் பெயருள்ள
குழந்தையை!

நீ கொடுத்த
முத்தத்தின் முத்திரை
அழிந்துபோகுமென்று
நான் ஐந்துமணி நேரமாக
அப்படியே நின்றுகொண்டிருக்கிறேன்
குளியலறையில்
குளிக்க மனமின்றி!

கண்ட இடத்திலெல்லாம்
தொட்டுப் பேசாதே என்று
கோபிக்கின்றாயே
அப்போ
யாரும் காணாத
இடத்தில் என்றால் சரியா?

ஒரே ஒரு முத்தத்திற்காக
என்னை ஒரு நாள் முழுக்கக்
கெஞ்சவிடுகிறாயே
வேண்டுமென்றால் சொல்
உன்னைப்போல்
நான் ஒன்றும் கஞ்சனில்லை!

பிரம்மனும்
தற்பெருமை
கொண்டாடனடி
உன்னைப்
படைத்தப் பின்னே!

வீதி வலம் வருகிறது
ஐந்து அடி உயர
அலங்கரிக்கப்பட்ட
அழகுத் தேர் ஒன்று
நேர்த்திக்கடனை
நிறைவேற்றுவதாகச் சொல்லி!

ஓ...! பிரம்மனே
கர்வம் கலைத்து
மண்டியிட்டு
மன்னிப்புக்கேள்
இந்த அழகுப் பதுமையைப்
படைத்தவனிடம்
இந்தச் செப்புச் சிலையைச்
செதுக்கியச் சிற்பியிடம்!

முத்தம் பதிக்கிறேன்
என்று மட்டும் நினைத்துவிடாதே
என் வாழ்வின் மொத்தமும்
நீதான் என்பதை உரைக்கிறேன்!

உன்னை
உயிராக அல்ல
உயிருக்கும் மேலாக
நேசித்துவிட்டேன்
சூழ்நிலை
எதுவாயினும்
மறந்துவிடாதே
இறந்துவிடுவேன்...!

என் இதயத்துடிப்பு
நிகழ்வது
இரத்தத்தால் அல்ல
உனது முத்தத்தால்...!

யுனெஸ்கோ அங்கீகரிக்க மறந்த உலக அதிசயம் நீ...!

கத்திச் சண்டையில்
விருப்பம் இல்லை
முத்தச்சண்டை
என்றால் சொல்!

சிங்கப்பெண்
எப்படி இருப்பாள்
என்று கேட்பவர்களுக்கு
உன்னைத்தான்
உதாரணமாகச்
சொல்லி வைத்திருக்கிறேன்!

நானும் பக்தன்தான்
உன் தரிசனத்திற்காக
காத்துக் கிடப்பதால்!

அந்தப் பிரம்மனும்
நேர்மையற்றவன்தான்
ஆம்...
உலகத்தில் உள்ள
எல்லாப் பெண்களுக்கும்
கொடுக்க வேண்டிய
ஓட்டுமொத்த அழகையும்
உன் ஒருத்திக்கே
கொடுத்திருக்கின்றானே!

வாசப் பூக்கள்
பார்த்திருக்கிறேன்
பேசும் பூவை
இப்போதுதான்
பார்க்கிறேன்!

மார்கழிப் பூவே
நீ ஏன் கஷ்டப்பட்டு
மாக்கோலமிடுகிறாய்
பேசாமல்
உன் கால் பாதத்தைப்
பதித்துவிட்டுப் போ
அதுவே ஆகச்சிறந்த
கோலம்தான்!

அது ஒரு அழகான மாலைப்பொழுது
திரும்பும் திசையெங்கும்
வாசம் வீசும் வண்ண வண்ணப்
பூக்கள் பல
எல்லோரும் அவரவருக்குப்
பிடித்த பூவோடு
பேசிக் கொண்டிருந்தார்கள்
நான் மட்டும்
ஒரு மாம்பூவின்
மகரந்தத்தை நுகர்ந்துவிட்டு
யாருக்கும் தெரியாமல்
ஓடிவந்துவிட்டேன்
அப்போது எனக்கு வயது
பதினாறு!

இசை ஞானியின்
இசை மழையில்
நனைவதுபோல்
உணர்கிறேன்
பளிங்குச் சிலை
நீ என்னைப்
பார்க்கும்போதெல்லாம்!

இசை ஞானியும்
இசைப் புயலும்
ஒன்றாக இணைந்து
வாலிபக் கவிஞர்
வாலியின் வரிகளுக்குச்
சிம்பொனி இசைப்பதுபோல்
இருக்கிறது
செவ்வந்திச் சிட்டு நீ
கொலுசு அணிந்து
நடக்கும்போது!

நான் உன்னை
விரும்பிப் பார்க்கும் போதெல்லாம்
நீ என்னைத்
திரும்பிக்கூடப் பார்ப்பதில்லை
ஆனால் ஒருநாள்
நீ...என்னைத்
திரும்பி மட்டுமல்ல
விரும்பியும் பார்ப்பாய்...!

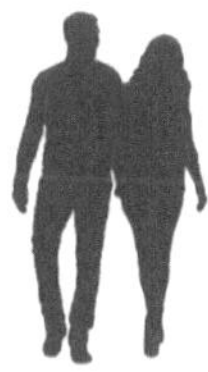

என் காதல் வானில்
தினமும் உதயமாகும்
அழகான அலைவரிசை
அவள் நினைவுகள்!

பார்த்துப் பார்த்து
பறித்துவிட்டாய்
பாதி ஜீவனை
மீதி ஜீவனும் கரைவதற்குள்
வந்துவிடு தரிசனம் தந்துவிடு!

ஒரு பௌர்ணமி
நாளன்று
நீ... கோவிலில்
தெய்வத்தை
உருகி உருகி
வழிபட்டதைப்
பார்த்தவுடன்
நாத்திகன் எனக்கும்
ஆத்திகனாகத்
தோன்றியது!

என்னவளே
யாரிடமும்
சொல்லிவிடாதே
அடிச்சிக்கூட
கேட்பாங்க
அப்பவும் சொல்லிவிடாதே
நான் உன்னைக்
கொஞ்சிய கதையையும்!
கெஞ்சிய கதையையும்!

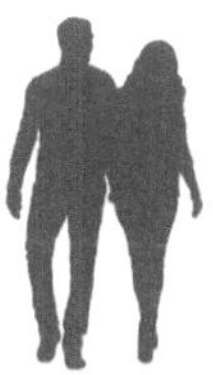

உயிரெழுத்தும்
மெய்யெழுத்தும்
மௌனமானதால்
உயிர் மெய் எழுத்து
உதயமானது!

உயிரெழுத்தும்
மெய்யெழுத்தும்
அமைதியானதால்
ஆர்ப்பரித்தது
உயிர்மெய் எழுத்து!

கடைசிப் பேருந்தையும்
விட்டுவிட்ட நிலையில்
பேருந்து நிலையத்தைவிட்டுப்
புறப்பட மனமில்லை
சந்தனத் தென்றல் அவள்
எப்படியும் வந்துவிடுவாள்
என்ற நம்பிக்கையில்!

என்ன பெரிய காதல்
ஏன் இதற்காகத்
தற்கொலை
செய்துகொள்கிறார்கள்
என்று திமிராய்த்
திரிந்த நான்
திசைமாறிப் போனேன்
உன்னில் முழுதாய்த்
தொலைந்த பின்னே!

குடிமைப்பணித் தேர்வு
நேர்காணலில்
குறைந்த மதிப்பெண்ணில்தான்
நழுவ விட்டேன் வாய்ப்பை
ஆம்...
அவர்கள் உலக அழகி
பெயரைக் கேட்டார்கள்
நான் உன் பெயரைச் சொல்லித்
தொலைத்துவிட்டேன்!

அசைவம்
பிடிக்காது என்கிறாய்
அப்படியென்றால்
தினம்... தினம்...
நீ...என்னைப் பார்வையால்
தின்பதெல்லாம்
என்ன வகையாம்...?

யப்பா...!
என்ன கண்களடி உனக்கு
உன்னைப் பொருத்தவரை
அவை கண்கள்
என்னைப் பொருத்தவரை
அது கொலைசெய்யும் ஆயுதம்!

என் பிரிவு உன்னில்
கண்ணீர்த் துளிகளை
வரவழைக்கவில்லையெனில்
உன் உணர்வுகளில்
நான் எப்போதோ
இறந்துவிட்டேன் என்று
பொருள்!

கவிஞர் மா. பவுன்ராஜ்

நீ என்னைத் திட்டித் தீர்த்து
தூக்கியெறிந்தபோதும்
உன்னைவிட்டு விலகிட
மனமில்லை எனக்கு
ஏனென்றால்
நான்
உயிராக நேசித்த இதயம்
நீ என்பதால்!

கல்லூரிக் காலங்களில்
நாம் அடிக்கடிப் பயணித்த
பேருந்து
என்னைக் கடந்து போவதைப்
பார்க்கும்போதெல்லாம்
தவிக்குதடி மனசு
தாளமுடியாத பாரத்தில்...!

யுனெஸ்கோ அங்கீகரிக்க மறந்த உலக அதிசயம் நீ...!

காலமெல்லாம்
நான் இரசிக்க விரும்பும்
ஓர் இரகசியக்
கவிதை அவள்...!

தொல்லியல் துறையிடம்
விண்ணப்பிக்கப் போகிறேன்
எத்தனை யுகங்களாக
என் இதயதில் நீ
வாழ்ந்துகொண்டிருக்கிறாய்
என்பதைக்
கதிரியக்கக் கார்பன் டேட்டிங் முறையில்
ஆய்வு செய்து கண்டறிந்திட!

யார் யாரிடமிருந்தும்
ஒரு பொருளைப் பெறுகிறபோது
அது வெறும் பொருள்தான்
ஆனால்
உன்னிடமிருந்து
பெறுகிறபோது மட்டும்
அது மதிப்புக் கூட்டப்பட்ட
பொருளாகிவிடுகிறது!

வரிகளுக்கெல்லாம்
தலைமை வரியாக இருப்பது
உன் உதட்டு வரிகள்தான்!

நீ... என்னை
ஏறெடுத்துப்
பார்த்ததுதான்
என் வாழ்வில்
ஏற்பட்ட
மிகப்பெரிய
ஏற்றம்...!

நீ... ப்ரூட் ஷாப்பில்
ஆப்பிள்
வாங்கிக் கொண்டிருக்கிறாய்
நானோ பார்த்துக்
குழம்பி நிற்கிறேன்
இதில் எது
ஆப்பிள் என்று!

உன் கண்களுக்கு
இணையான
கவிதை
உலகில்
இதுவரை
எழுதப்படவில்லை!

உன் அழகின்
இரகசியத்தை
அறிந்துகொள்ள
ஒரே வழி
அகழ்வாராய்ச்சியில்
இறங்குவதுதான்...!

நீ ஒரு அழகான
லட்டு...!
போகின்றாய்
என் இதயத்தைத்
தொட்டு...!

இதயத்துடிப்பு
எப்போதும்
லப்டப் லப்டப்
ஆனால் நீ
பார்க்கும்போது
மட்டும்
திக்திக்...திக்திக்!

நான் உன்னைப்
பார்த்தால்
உன் தோழிதான்
பொறாமைப் படுகிறாள்
ஆனால்
நீ என்னைப் பார்த்தால்
இந்த ஊரே
பொறாமைப் படுகிறது!

நீ...பேசு இல்லை
உன் காதோரக்
கம்மல்கள் பேசட்டும்
இரண்டையும்
ஒரே நேரத்தில்
நான் எப்படி
கவனிப்பது!

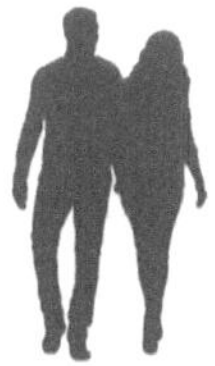

என்னைத் தெரியாமல்
இடித்தவனைக்கூட
அடித்துத் தெறிக்கவிட்டிருக்கிறேன்
ஆனால்
நீ என் இதயத்தையே
பறித்துக்கொண்டு
போகிறாய்
மரம்போல்
நின்றுகொண்டிருக்கிறேன்!

தமிழ்நாட்டில்
தூத்துக்குடி
முத்து நகரம்
என்றால்
நீ பிறந்த
நாகர்கோயில்
ஏஞ்சல் நகரம்

கேரள மக்கள்
தங்கள் மாநிலத்தைக்
கடவுளின் சொந்த நாடு
என்று அழைக்கின்றார்கள்
நீ பிறந்த
தமிழ்நாட்டை
நான் தேவதை நாடு
என்று அழைக்கவா...?

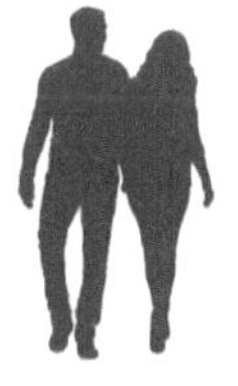

தன்னின
உண்ணி...!

யுனெஸ்கோ அங்கீகரிக்க மறந்த உலக அதிசயம் நீ...!

தன் இனத்தைத்
தானே சாப்பிடும்
நிகழ்வுக்குப்
பெயர்தான்
கன்னிபாலிசம்
ஆமாம்...நீ
ஆப்பிள் சாப்பிடுறாய்...!

நீ கோபப்பட்டுத்
திட்டும்போதெல்லாம்
எவ்வித சலனமும் இன்றி
அமைதியாய்
நின்று கொண்டிருக்கிறேன்
வார்த்தைகளை
உதிர்ப்பது
உன் உதடுகள்
என்பதால்...!

என் இதய வீணையில்
தினமும் உதயமாகும்
அழகானஅலைவரிசை
அவள் நினைவுகள்...!

நீ விட்டுச் சென்ற
இடத்தில்தான்
இன்னும்
நின்று கொண்டிருக்கிறேன்
எங்கு செல்வதென்று தெரியாமல்...!

என் வாழ்வில்
கிடைத்த
மிக...மிக...அழகான
அதிர்ஷ்டம்
எது என்றால்
அது நீதான்...!

மார்கழிக்
கடுங்குளிருக்கு
இதமாக
அனல் மூட்டிச் செல்கின்றன
உன் அழகான
ஞாபகங்கள்...!

நகைக்கடைக்கு
வந்த நீ
ஒரே ஒரு கம்மலை மட்டும்
வாங்கிக்கொண்டு போகிறாய்
கடையில் உள்ள
மற்ற நகைகள் எல்லாம்
கதறி அழுவதைப் பார்...!

உன்னைக்
காதலிப்பதென்று
முடிவு செய்துவிட்டேன்
உன் அழகை
வியந்து பார்த்து அல்ல
உன் அன்பை
என்னில்
அணிந்து பார்த்து!

எனது அட்மயர்டு வாய்ஸ்
உன்னுடன் பேச நினைக்கும்போதே
ஹஸ்கி வாய்ஸ்சாக மாறிவிடுகிறது!

அழகான மெலோடிப் பாடல்கள் எல்லாம்
உன்னை ஞாபகப்படுத்துகின்றன...!

மறைந்தே
இருந்தாலும்
மறந்ததில்லை
இதயம்
உன் ஞாபகங்களைப்
பிரதிபலிக்க!

கவிதை சொல்வதில்
கவிஞர் வாலியைப்
பின்னுக்குத் தள்ளிவிட்டன
அவளின் கவிபாடும் கண்கள்!

நீ வாசல் தெளித்துக்
கோலமிட்டுக்
கோலத்தின் நடுவே வைத்த
ஒற்றைப் பூசணிப் பூ
சொல்கிறது
மார்கழியின்
ஒட்டுமொத்த அழகையும்!

இதயத்தில்
எப்போதும்
நிறைகிறாய் நீ
இன்பத்துப் பாலாய்...!

தன் ரெட்டை ஜடையால்
மனதைக் கட்டி இழுக்கும்
என் சுட்டித் தேவதையோடு
ஒரு நாள்
நான் பேசினேன்
என்பதற்குச் சாட்சியாக
அவளுடன் ஒரு செல்பி
எடுத்துக்கொள்ளக் கேட்டேன்
முடியாது என்று
மறுத்துவிட்ட என்
குட்டித் தேவதைக்கு
எங்கே தெரியப்போகிறது
அவளை என் விழிகளால்
படமெடுத்து இதயத்தில்
வைத்திருக்கிறேன் என்று!

என் முத்தங்களைச்
சேகரித்து வைப்பதற்கென்றே
உன் கன்னத்தில் குழிகள்!

அன்றொரு நாள்
நான் என்
நண்பர்களோடு நின்று
உரையாடிக் கொண்டிருந்தபோது
உன் தோழிகளோடு
எங்கோ சென்ற நீ...
என்னைப் பார்த்து
ஓர் அழகான புன்னகையோடு
கையசைத்துச் சென்றாய்
அத்தருணத்தில்
என் நண்பர்கள் மத்தியில்
நான் என்னை ஒரு
ஹீரோவாக உணர்ந்தேன்...!

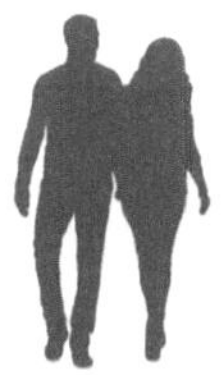

நீ தங்க நகைகள்
அணிந்து
நடந்து வருகிறாய்
எனக்கோ
ஒரு தங்க நகரமே
பெயர்ந்து
நடந்து வருவதுபோல்
இருக்கிறது...!

மூகாரி இராகத்திலேயே
மூழ்கிக் கிடந்த
என் வாழ்வில்
கேட்கத் தொடங்கிவிட்டது
கல்யாணி இராகம்
உன் பிம்பம் பட்டதால்!

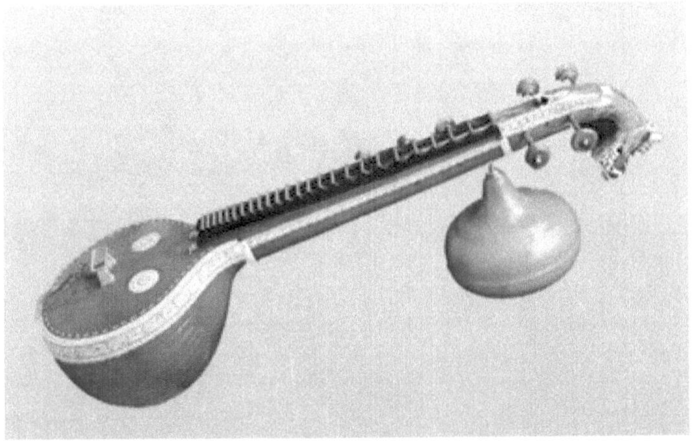

பூக்கோலம்
பார்த்திருக்கிறேன்
ஆனால்
ஒரு பூவே
கோலம் போடுவதை
இப்போதுதான்
பார்க்கிறேன்!

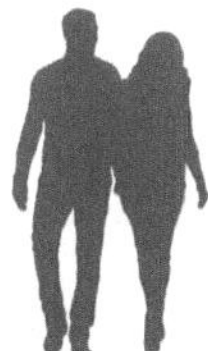

இந்த இன்ஸ்டாகிராம்
செய்தி கிடைத்த
இருபத்து நான்கு மணி
நேரத்திற்குள்
என் செல்போனில்
உன் காலிங்பெல்
அடிக்கவில்லையெனில்
உயிர்ப் பறவை
சிறகடிக்கும்
கல்லறை நோக்கி!

தினம்... தினம்...
நீ அணிந்து வருகிறாய்
பென்சி ஜீன்ஸ்
சும்மா நச்சின்னு...!
உன்னைப் பார்த்த உடனே
எனக்குக் கொடுக்கத் தோன்றும்
ஒரு முத்தம்
சும்மா இச்சின்னு...!

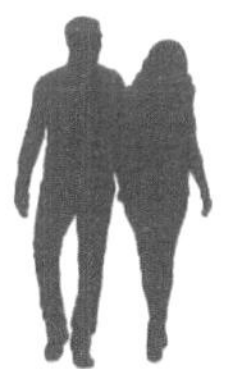

கவிதை நீ...!
உணர்ச்சி, ஓசை
ஒத்திசைப் பண்பு
சந்தம், நயம்
கலைவடிவம் என
இப்படி எல்லாமே
இருந்தால்தான்
அது கவிதை
எனப்படுகிறது
ஆனால்.... நீ
எப்படி இருந்தாலும்
இலக்கணப் பிழையே
இல்லாத கவிதை நீ...!

மரணம் இல்லா
வரம் வேண்டும்
வாழ்வதற்கு
மண்ணில் அல்ல
உன் மனதில்...!

மார்கழிக்
குளிரும்
வியர்க்கிறது
உன் நினைவு
வெப்பத்தில்!

கோடை வெப்பத்திற்குச்
சாமரம் வீசுவதுபோல்
இருக்கிறது
உன் நினைவலைகள்...!

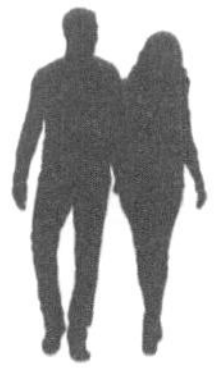

மெல்லிய தென்றல்
என்னை
மெதுவாய்த்
தீண்டியபோதும்
உணராத சுகத்தைத்
தேவதை அவள்
துப்பட்டா தீண்டியபோது
உணர்ந்தேன்...!

காத்திரு
கண்மணியே
உறவுகளோடு
உன் வீட்டிற்கு
வருகிறேன்
விழிகளால்
விளைந்துவிட்ட
நம் காதலை
அறுவடை செய்ய!
காத்திரு கண்மணியே
கவலையின்றி...!

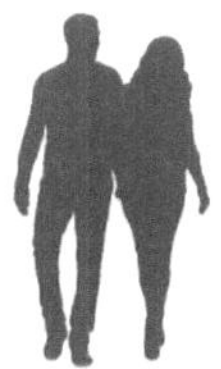

சில்லென்று தென்றல்
தீண்டும் போதெல்லாம்
உன் ஞாபகம்
வருகிறது
உன் ஞாபகம்
வரும் போதெல்லாம்
சில்லென்று தென்றல்
தீண்டுகிறது...!

நான் கவிதை
எழுதிடும் போதெல்லாம்
உன்னிடமிருந்தே
எடுத்துக் கொள்கிறேன்
கவிதைக்குத் தேவையான
அத்தனை சாராம்சங்களையும்!

மாற்றம் ஒன்றே
உலகில்
மாறாதது என்பார்கள்
அதுபோல்தான்
உன்மீதான
என் காதலும்
என்றும் மாறாதது!

யுனெஸ்கோ அங்கீகரிக்க மறந்த உலக அதிசயம் நீ...!

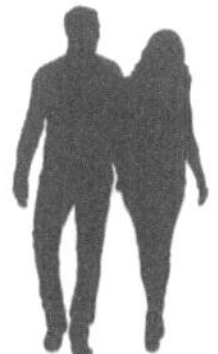

உன் அழகான பெயரைக்
கடற்கரை மணலில்
எழுதிவைத்து
இரசித்துக்கொண்டிருந்தேன்
வேகமாய் வந்த அலை
எடுத்துக்கொண்டு சொன்னது
முத்து கரைக்குச்
சொந்தமல்ல
கடலுக்குத்தான்
சொந்தமென்று!

ஸ்வீட்
எடுத்துக்கொள்ளுங்கள்
அவளுக்கும் - எனக்கும்
காதல்
மலர்ந்திருக்கிறது!

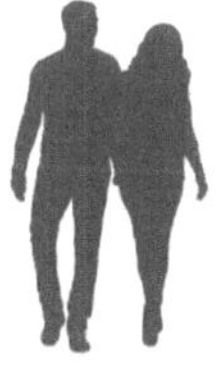

உன்னைத் தவிர
எதையும்
ரசிக்கத் தோன்றவில்லை
உலக அதிசயமேயானாலும் கூட...!

இன்னும்
பூத்துக்கொண்டுதான் இருக்கின்றன
என் இதயத் தோட்டத்தில்
நீ விட்டுச் சென்ற
ரோஜாச் செடிகள்!

ஜனனத்தின்போது
இந்த உலகிற்கு
நான் எதையும்
கொண்டுவரவில்லை
ஆனால்
மரணத்தின்போது
கண்டிப்பாகக் கொண்டு செல்வேன்
உன்னோடு பயணித்த
நினைவுகளை!

கனவுப் பூவே சொல்
செவ்வாயில்
தேடிச்சென்று
குடியிருப்போமா...?
சொந்தங்களை அழைத்து
சேதி சொல்வோமா?

தாகம் ஏதுமின்றி
சிறகடிக்கிறது மனசு
மண்ணைவிட்டு விண்ணுக்கு!
மின்னல் மேகம் அவள் என்னைப்
பார்க்கும்போதெல்லாம்!

இறைவனிடம்
கேட்பதற்கென்று
எதுவும் இல்லை
என் வாழ்வில்?
உன்னை
வரமாகக் கொடுத்ததற்கு
நன்றி சொல்வதைத் தவிர!

வியர்வைத்
துளிகள்
வேதங்கள் பேசுதடி
வெட்சி உனைத்
தீண்டும் போதெல்லாம்...!

அழகே...
பூமியில் அவதரித்த
கோடி...கோடி பூக்களில்
நீ மட்டும்தான்
இனிக்கிறாய்
இதயத்தில் எப்போதும்
ஜொலிக்கிறாய்
ஆயிரம் முத்தங்களை
ஒற்றை முத்தமாக்கி
ஒருநாள்
உன் கன்னத்தில்
பதிப்பேன்...!
இந்தப் பூமி உள்ளவரை
உன்னை
என் உள்ளத்தில்
சுமப்பேன்...!

நீ இந்திரன்
தோட்டத்தில் பூத்த
அழகான பூங்கொத்து
என் காதல் வாழ்வில்
கிடைத்த இணையில்லாச் சொத்து!

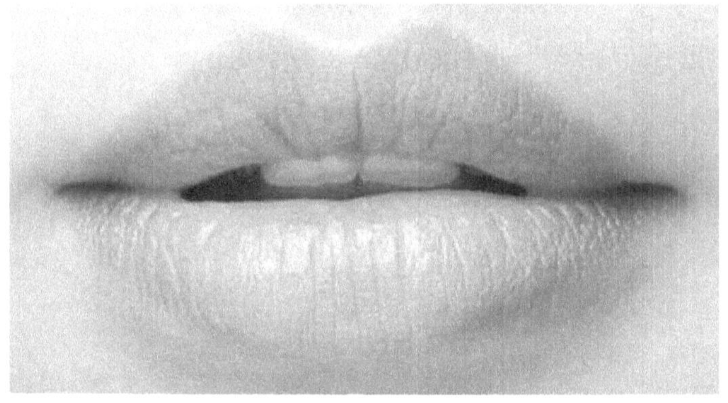

அளவுக்கு
மிஞ்சினால்
அனைத்துமே
நஞ்சுதான்!
அவள்
இதழ்களைத் தவிர...!

வன்முறை

உனது அழகில்
தொலைந்த என்னை
நீ...ஏற்க மறுக்கும் பட்சத்தில்
உன்னை
இரும்புக் கரம் கொண்டு
ஒடுக்குவேன்
காவல் துறையை
வைத்து அல்ல
காதல் துறையை வைத்து!

மெட்டமைப்பதில்
மெல்லிசை மன்னரை
மிஞ்சிவிட்டன
அவளின் மென்பாதக்
கொலுசுகள்!

ஆயிரங்கால் மண்டபத்தில்
அம்மனைத் தரிசித்த நீ
என்ன வேண்டிக்கொண்டாய் என்பதை
என்னிடமும் சொல்
என் உயிரைக் கொடுத்தாவது
நிறைவேற்றி வைக்கிறேன்...!

அவளைப் பற்றிச்
சொல்ல வேண்டுமென்றால்
அவள் அழகின்
அகராதி!
இன்பத்துப் பாலின்
இலக்கணம்!

துறுதுறுவென்று
குறும்புத்தனமான
ஒரு கவிதை
எழுதிக் காட்டச்சொன்னாள்...
அவளின்
பதினைந்து வயது
புகைப்படம் ஒன்றை
எடுத்துக் காட்டினேன்...!

யுனெஸ்கோ அங்கீகரிக்க மறந்த உலக அதிசயம் நீ...!

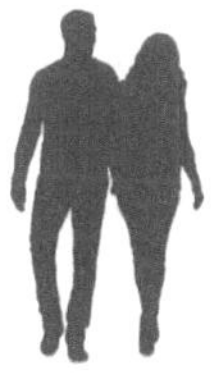

இருவரியில்
ஒரு மௌனக் கவிதை
அவள்
இதழ்கள்...!

அவள்
எழுத்து வடிவம் இல்லா
எழில்மிகு
கவிதை!
நடமாடும்
கவிதை நூலகம்!

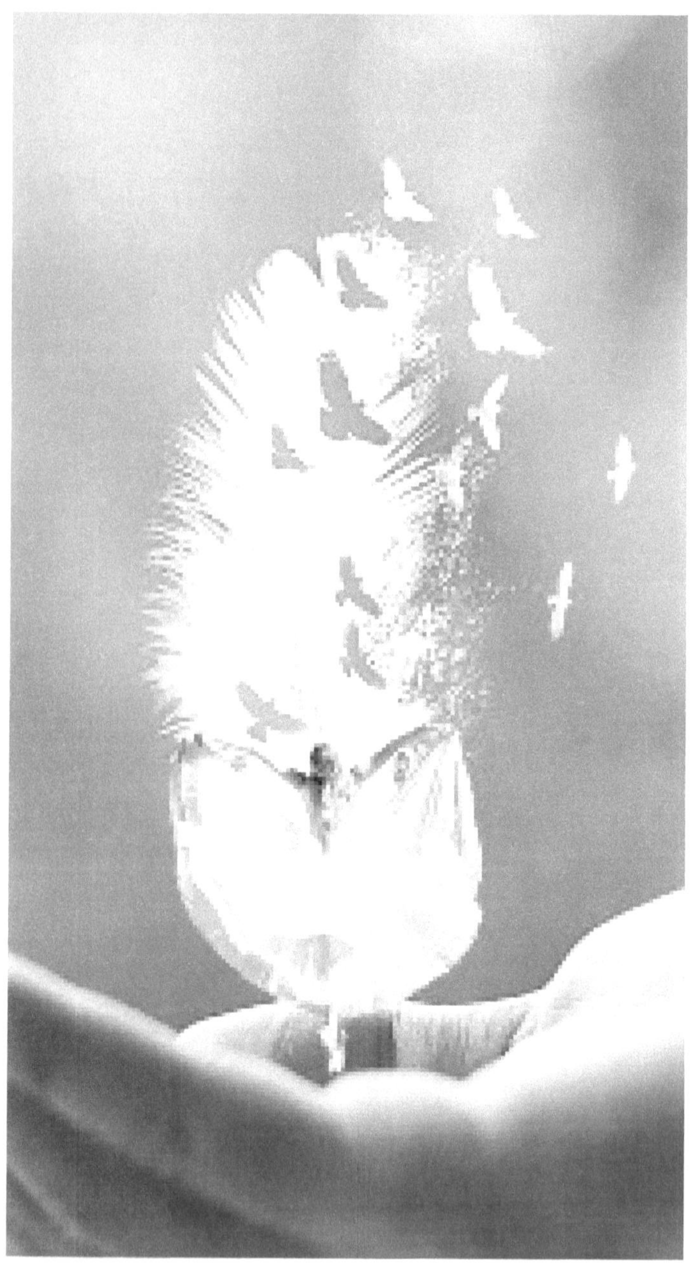

இதயத்தை
வருடிக்கொண்டே
இருக்கின்றன
அவளின்
நினைவுச் சிறகுகள்!

வண்ண...வண்ண
உடையணிந்து
வர்ணஜாலம்
காட்டுகிறாய்
நீ...
வண்ணத்துப்
பூச்சியைப்போல!

அவள்
சந்தனக்காடுகளில்
சறுக்கி விழுந்த
சாரல் மழை
பூமத்திய ரேகையில்
பூத்தப் புன்னகைப் பூ!

மண்ணில்
தங்கம்
புதைந்து
கிடப்பதுபோல்
உன் அங்கம்
முழுவதும்
அழகு
புதைந்துக்
கிடக்கிறது!

ஜூன்
மாதத்தில்
பூக்கும்
டிசம்பர்
பூக்கள்!

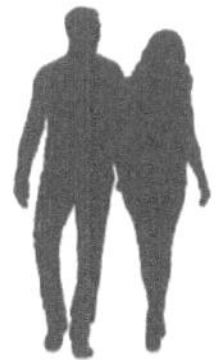

மின்னல் பெண்ணே!
உன் பார்வைப்
பிம்பத்தில்
தெரிக்கிறது
ஐசோடோப் என்னும்
அணுக்கருத் துகள்
மொத்தத்தில்
நீ கருப்பழகி
கிளியோபாட்ரா என்னும்
உலகப் பேரழகியின்
நகல்!

நீ என்னைப்
பார்க்கும் போதெல்லாம்
நான் கீழே விழுகிறேன்
சுருண்டு...!
இதற்குக் காரணம்
உன் கண்களில்
இருக்கும்
ஹை-வோல்டேஜ்
கரண்ட்...!

எல்லாப் பெண்களும்
கொலுசு அணிந்து
நடந்தால்
கொலுசு சப்தமிடும்
ஆனால்
நீ கொலுசு அணிந்து
நடந்தால் மட்டும்தான்
கொலுசு முத்தமிடும்!

தேகமெங்கும்
தீ பிடிக்கிறது
நீ
பார்க்கும் போதெல்லாம்!

புராணக் கதைகள்
சொல்லும்
உன் புருவ அழகை
மத்திய அரசின்
பாடத்திட்டத்தில் சேர்க்கப்
பள்ளிக் கல்வித் துறைக்குப்
பரிந்துரை செய்யப்போகிறேன்...!

ஒரு பெரிய
தங்கக் கோப்பை செய்து
அதில் பன்னீர் சந்தனத்தோடு
ரோஜா இதழ்களையும் சேர்த்து நிரப்பி
இன்று இரவு முழுவதும்
அதில் குளிக்கப்போகிறேன்...
விடிந்ததும் அதிகாலை
உன் கால்களுக்கு
மெட்டி அணிவித்து
உன் கழுத்தில்
தாலி கட்டப்போகும் நான்...!

காதல் இது வெறும் வார்த்தை அல்ல,
சமூக மாற்றத்தைக் கட்டமைக்கும் ஒரு கருவி.
மனித வரலாற்றின் மகத்தான நாகரிகம்
உயிர்களின் உன்னதத் தேவை
ஆதலால் காதல் செய்வீர்...!

Love is an instrument for fostering social change,
not just a word.
The greatest civilization in human history
the ultimate necessity for life
So, you will make love...!

அன்புடன்
கவிஞர் மா. பவுன்ராஜ்